பூக்கள் 100

கவிதை தொகுப்பு

ச. மணி ராமலிங்கம்

முன்னுரை

என் பெயர் ச. மணி ராமலிங்கம். நான் ஒரு தனியார் நிறுவனத்தில் மென்பொருள் பொறியாளராக பணிபுரிகிறேன், இது என்னுடைய முதல் கவிதை தொகுப்பு. இந்த தொகுப்பு மழலை, சமூகம், இயற்கை, காதல் என வெவ்வேறு தளத்தில் பயணிக்கக்கூடியது.

அன்பு, காத்திருப்பு, காதலிப்பு, சந்திப்பு, சிந்திப்பு, நேசிப்பு, சுவாசிப்பு, நகைப்பு, திகைப்பு, எதிர்பார்ப்பு, தவிப்பு, மன்னிப்பு, உயிர்ப்பு, உழைப்பு, தொலைப்பு, அரவணைப்பு என வெவ்வேறு உணர்வுகளை 100 பூக்களாய் அடக்கியுள்ளது இந்த கவிதை தொகுப்பு.

இந்த பூக்களின் கவித்தேனை சுவைக்க வரும் ஒவ்வொரு வாசக தேனீக்கும் என் தலை வணக்கம்.

தலைப்புகள்

சமுதாய பூக்கள்

உணர்வு பூக்கள்

திரை பூக்கள்

காதல் பூக்கள்

கவி பூக்கள்

மழலை பூக்கள்

மழை விரும்பும் மழலை

மழையே !
ஆயிரம் முறை
அன்னை அடித்தாலும்
உன்னோடு தான்
விளையாட துடிக்கும்
என் மனது

கந்தலான மேகங்கள்
கைகோர்த்து விட்டது
உன் வரவுக்காக

நானும் வந்து
இங்கு காத்திருக்கிறேன்
உன் உறவுக்காக

அன்னை வரும் முன்
அணைத்திடு
என்னை ஒரு முறை
நனைத்திடு

உன் தூறலுக்காக
வந்தேன் தூரமாக
என்னை ஏமாற்றிவிடாதே
ஏங்கும் துயரமாக

மழை வரும் வரை
கவலை தான்
மழை விரும்பும்
மழலை நான்

பரிட்சயமற்றவர்கள்

எப்போதுமே
ஒருவித அச்சுறுத்தலை
ஏற்படுத்துகிறது

ஒரு பேருந்து பயணத்தில்
பரிட்சயமற்றவர்
கைப்பெட்டியை
தரும்போது

ஒரு ரயில் பயணத்தில்
பரிட்சயமற்றவர்
உணவைத் தர
முற்படும்போது

ஒரு பொது இடத்தில்
பரிட்சயமற்றவர்
கைபேசியை பேச
கேட்கும்போது

எப்போதுமே
எவ்வித அச்சுறுத்தலும் இன்றி
ஒரு சிறு புன்னகையில்
எளிதில் நட்பாகிவிடுகிறது
ஒரு பரிட்சயமற்ற குழந்தை

பொம்மைகள்

மழலையின்
விளையாட்டில்
பொம்மைகள் யாவும்
பெயரும் உயிரும் பெற்று
நகர்ந்து போகின்றன

நான் மட்டும்
நகரா வண்ணம்
பொம்மைகள்
இடையில்
கைதாகிவிடுகிறேன்
ஒரு அப்பா
பொம்மையாக

தேவதை மகள்

தேவதை மகள்
குறும்பினால்
எப்போதுமே
தேடப்படுகிறது

வெளியில்
செல்லும்போது
காலணி ஒன்று

செய்திதாள்
படிக்கும்போது
கண் கண்ணாடி

குறிப்புகள்
எழுதும்போது
பேனா

இப்போது
இதுயாவும்
தொலையாத போதிலும்
தேடிக் கொண்டிருக்கிறோம்
பள்ளிக்கு சென்ற
தேவதை மகள்
வருகைக்காக நானும்
சில பொம்மைகளும்

தோற்பதற்கு ஆசை

இரு உள்ளங்கைகளை
மடக்கியவாறு
புதிர் போட்டாள் சிறுமி
எந்த கைகளில்
மிட்டாய் என்று?

வலது கையில் என்று
நான் சரியாக சொல்ல

பலரும் அறியுமாறு
பலர் அறிந்ததை
தாம் மட்டும்
அறியாதவாறு
வலமிருந்து
இடம் மாறியது
மிட்டாய்

பலத்த சிரிப்பிற்கு பிறகு
வெறும் வலது கையுடன்
கிடைத்தது பதில்
" நீ தோற்றாய்"
என்று

ஆம்!
ஆசைதான் எனக்கு
புதிர் போட்ட சிறுமியிடம்
புதிதாக ஒருமுறை
தோற்பதற்கு

ஊதுபை

அழுகைக்கு ஆறுதலாய்
அருகிலுள்ள கடையில்
வாங்கப்படுகிறது
சிறுவனுக்கான
ஒரு ஊதுபை

நாளெல்லாம்
விளையாடிய களைப்பில்
ஓய்வெடுக்கின்றனர்
கட்டிலில் சிறுவனும்
சன்னலில் ஊதுபையும்

மின்விசிறி
காற்றுடன் சேர்ந்தே
கலைந்துக் கொண்டிருந்தது
சிறுவனின் ஊதுபை கனவும்
ஊதுபையிருந்து
கடைக்காரனின் வாய் காற்றும்

மகன்

வரம் ஏதும்
தேவையில்லை
உன் வருகையே
போதுமானது

புதிதாக ஏதும்
தேவையில்லை
உன் புன்னகையே
மகிழ்வானது

அதிகம் ஏதும்
தேவையில்லை
உன் அன்பே
அமுதுதானது

கிரீடம் ஏதும்
தேவையில்லை
உன் கிறுக்கலே
ஓவியமானது

தூக்கம் தொலைத்தல்

தாத்தா தூக்கத்தை
காரணம் காட்டி
எப்போதுமே
திண்ணையில்
விளையாடும் சிறுவர்களை
அதட்டுவாள் பாட்டி

சிறுவர்கள்
யாருமற்ற
அமைதி பொழுதில்
விழித்துக்கொண்டார்
தாத்தா
தன் தூக்கத்தை
தொலைத்தபடி

நீர்க்குமிழிகள்

காகித
சுருள் செய்து
வழலை கரைந்த
நீரில் தொட்டு
ஊதுகிறான்
சிறுவன்

வெளியேறும்
நீர்க்குமிழிகளில்
கலந்துபோயிருந்தது
வானவில்லின் சாயல்

அவனின்
சிரிப்பின்
ஒலி கேட்டே
உடைகின்றன
ஒவ்வொரு
நீர்க்குமிழியும்

இயற்கை பூக்கள்

பூமியை வாழவிடு

சூரியனும் சுருண்டது
வானமும் இருண்டது

நேற்றோடு நிலவும்
காற்றோடு கலைந்தது

விறகுக்
கட்டையாக்கபட்ட மரம்
வேதனையில் துடிக்குது

சக மரம் ஒண்ணு
உடன்கட்டை
ஏற துடிக்குது

விதை போட்டு
வளர்த்த மரம்
விதவையானது

மனித தடம் பதிய
மர சுவடுகள் அழிந்தது

மரம் தொலைத்த
காடோ மலடாய்
போனது

புள்ளி மான்
அடித்த புலியோ
புள்ளி விவரமானது

புள்ளி விவரமோ
புள்ளியாய் போனது

காட்டுவாசி பார்த்து
ரொம்ப நாளானது

நாட்டுவாசி பார்த்து
காடும் பதறுது

ஆதலால்
செடிகளுக்கு வேர்விடு
செழுமையாக வாழவிடு

தப்பும் திருத்திடு
வெப்பம் குறைத்திடு

மரங்கள் வளர்த்திடு
பூமியை குளிரவிடு

நல்லதோர் பூமி
நாத்திகனுக்கும் சாமி

வணங்கிடு வாழ்ந்திடு
பூமியை வாழவிடு

நெகிழி

விடிகிறது காலை
நெகிழி பொட்டல
பாலுடன்

தொடங்குகிறது சமையல்
நெகிழி பொட்டல
பொருட்களுடன்

நகர்கிறது மாலை
நெகிழி பொட்டல
தின்பண்டங்களுடன்

முடிகிறது இரவு
நெகிழி பொட்டல
பழங்களுடன்

ஆழி சூழ்
உலகயானது

நெகிழி சூழ்
உணவானது

நம்மாழ்வார்

விண்நோக்கிய
விஞ்ஞானிகளின் மத்தியில்
மண்நோக்கிய
இயற்கை விஞ்ஞானி

செயற்கை
விவசாயிகளின் மத்தியில்
இணையற்ற
இயற்கை விவசாயி

சார்பு பொருளாதார
ஞானிகளின் மத்தியில்
தற்சார்பு
பொருளாதார ஞானி

செயற்கை விவசாயத்தை
புறக்கணிக்கும்
ஒவ்வொரு தருணத்திலும்
நம்மாழ்வார்
நம்மை ஆள்வார்

இயற்கை விவசாயத்தை
முன்னெடுக்கும்
ஒவ்வொரு தருணத்திலும்
நம்மாழ்வார்
நம்மோடு வாழ்வார்

கூடு

மரங்கள் வெட்டி

மணல் நிரப்பி
நிலம் பிரித்து
எல்லை வகுத்து

எப்படி
விளைநிலங்களை
விற்கலாம்
என ஆலோசித்து
கொண்டிருந்தது
ஓர் கூட்டம்

இதை அறியாத
சில பறவைகள்
கூடுகள் கட்டி
கொண்டிருந்தது
அம்மரத்தின்
கிளைகளில்

எச்சத்தின் சங்கிலி

பறவையின்
எச்சம் போட்ட
விதை

விதையால்
முளைத்த
மரங்கள்

மரங்களால்
வளர்ந்த
காடு

காட்டை
ஆக்கிரமித்த
நாடு

நாட்டை
நிரப்பிய
சனத்தொகை

சனத்தொகையால்
அதிரும்
பொருளாதாரம்

பொருளாதாரத்தை
நோக்கிய
வியாபாரம்

வியாபாரத்தால்
விரிவடையும்
நகரம்

நகரத்தை
ஆட்கொள்ளும்
கட்டிடங்கள்

இப்போது
கட்டிடங்களில்
மேலே பறந்து
பறந்து கொண்டிருக்கிறது
ஒரு பறவை

தன் எச்சமிட
ஒரு காட்டை
தேடியபடி

விவசாயம்

மண்ணை நம்பி!
மண்ணை நம்பி!
விதைக்கிறோம்

மழையை எண்ணி!
மழையை எண்ணி!
பிழைக்கிறோம்

அல்லும் பகலும்
உழைக்கிறோம்
அறுவடைக்காக
காத்திருக்கிறோம்

முத்துபோல் முத்துபோல்
விளையட்டும் நெல்லு
உழவனுக்கு அதுதான்
உயிர்ச் சொல்லு

என்ன சொல்லி விழுகிறது மழை

என்ன சொல்லி
விழுகிறது மழை

மண் மீதான
தன் ஈர
காதலை சொல்லியா?

இல்லை
புல் மீதான
ஒரு துளி
காதலை சொல்லியா?

என்ன சொல்லி
விழுகிறது மழை

கடல் மீதான
தன் ஆக்ரோச
காதலை சொல்லியா?

அருவி மீதான
தன் மௌன
காதலை சொல்லியா?

என்ன சொல்லி
விழுகிறது மழை

மரங்கள் மீதான
தன் மன
காதலை சொல்லியா?

மலை மீதான
தன் ரண
காதலை சொல்லியா?

இல்லை
குடை மீதான
தன் கோப
காதலை சொல்லியா?

இறுதியாக
இதை சொல்லிதான்
விழுகிறது மழை

ஆம்!
மண் நோக்கி
வருகிறேன்
தடைகளை தாண்டி

என்னை நீயும்
தடுக்காதே
குடைகளை காட்டி

கட்டிட
இடைவெளியில்
கோலமிடுவேன்

தகரங்களோடு
சேர்ந்து
ஓலமிடுவேன்

பூக்களை
தொடுகையில்
முத்தமிடுவேன்

செம்மையாக
நீ வாழ
சேமித்திடு என்னை

புன்னகையுடன்
நான் வரும்வரை
காத்திடு மண்ணை

மழைக் காதலர்கள்

உன்னை
தாங்கி கொள்ள
காத்திருக்கும் பூமி

உன்னை
வண்ணமாய் வரவேற்று
காத்திருக்கும்
வானவில்

உன்னை
அணைத்து விளையாட
காத்திருக்கும்
சிறுவர் கூட்டம்

உன்னை
கவிதையாய் எழுத
காத்திருக்கும்
கவிஞர்கள்

யாவரும்
காத்திருக்கிறோம்
மழைக் காதலர்களாய்

மழையே!
நீ யாரிடம்
சொல்ல போகிறாய்
உன் காதலை

அலை.. கரை.. காதல்..

அலை (காதலி) :

எத்தனை முறை
பார்த்தாலும் சலிக்காது
எனக்கு உன் முகம்

உன்னை காணும் போது
மகிழ்கிறேன்
உன்னை பிரியும் போது
கலங்குகிறேன்

தென்றலாய்
உன் நினைவுகள்
என்னை அழுத்துகிறது
உன்னைச் சேர சொல்லி

எதிர் வரும் அலைகளோ
என்னை தாமதப்படுத்துகிறது
கொஞ்சம் நிற்க சொல்லி

கரை (காதலன்) :

தூரமாய்
நீ சென்றாலும்
ஈரமாய்
உணர்கிறேன்
உன் நினைவுகளை

கடல் எல்லையில்
எத்தனை வருடம்
வேண்டுமானாலும்
காத்திருக்கிறேன்
உனக்காக

நிலவே! நீ யார்

நிலவே!
நீ யார்

ஆண்டவன் உன்னை
ஒளிக்காக படைத்தானா ?
இல்லை
அழகுக்காக படைத்தானா ?
என்ற ஆராய்ச்சியில்
தோல்வியை
தழுவியவன் நான்

வட்டம் போல்
உருவம் கொண்டு
மற்றவர்கள் உன்னை
வட்டமிடச் செய்பவன்
நீ தானோ ?

வானத்து புன்னகையே
நிலவே !
நீ யார்

மேகங்கள்
வலை விரித்தும்
சிக்காத நீ
இன்று ஏனோ
என் கவிதையால்
கைதானாய்

அமாவாசை

இன்று
கவிஞர்களுக்கு
விடுமுறை

சமுதாய பூக்கள்

புதுக்குறள்

முப்பால் தமிழுக்கு தந்து தமிழ்பால்
என்னை ஈர்த்த வள்ளுவன்

தித்திக்கின்றது தமிழ்
திருக்குறள் என்று
சொல்லுகையிலே

தேடுவதற்கு பொருள்
ஒன்றும் இல்லை
திருக்குறள்
என் கையிலே

முகமூடி

பிள்ளை பருவம்
முடிக்கும் தருணத்தில்
பிறந்துவிடுகிறது
அவர்களுக்கான
முகமூடி

இதற்குள்
அவரவர்கள்
அவரவர்களுக்கு
நல்லவர்களாகவே
தெரிவார்கள்

இதற்குள்
எப்போதுமே
மறைந்திருக்கும்
ஒரு சொல்லபடாத
மெய்

இதற்கு வெளியே
எப்போதுமே
அலைந்திருக்கும்
ஒரு சொல்லப்பட்ட
பொய்

கால சக்கரம்
தயாரித்து கொண்டிருக்கிறது
புது முகமூடியை
மற்றொரு பிள்ளை
பருவம் முடிக்கும்
குழந்தைக்காக

பெண்

பரமசிவன்
பாதியும் நீயே!
பரபிரம்மம்
மீதியும் நீயே!

உயிருக்கு உயிர் தந்த
பிரம்மாவும் நீயே!
அன்பால் அரவணைக்கும்
அம்மாவும் நீயே!

வரனாய் இணையும்
மனைவியும் நீயே!
வரமாய் அமையும்
மகளும் நீயே!

ஞான உபதேசம் தரும்
கிருஷ்ணனும் நீயே!
பாச நேசம் தந்து
இரட்சிப்பவளும் நீயே!

கோபத்தில்
காளியும் நீயே!
கருணைக்கான
வேள்வியும் நீயே!

ஆத்திசூடி தந்த
ஒளவையும் நீயே!
வீரம் விதைத்த
வேலு நாச்சியாரும் நீயே!

தியாகத்தின்
மறுபெயரும் நீயே!
அறம் உரைக்கும்
ஆசானும் நீயே!

நிலத்தை தாங்கும்
பூமாதேவியும் நீயே!
குடும்பத்தை காக்கும்
குல தெய்வமும் நீயே!

கதைகள் சொல்லும் அறை கதவுகள்

மருத்துவமனை!
அறைகள் மட்டுமில்லை
கதைகளும் நிறைந்தவை

அறை கதவின்
இடுக்குகளின் வழியே
கசிந்துகொண்டிருக்கிறது
கதைக்கான வார்த்தைகள்

ஒருசில அறைகளில்
ஒரு பிறப்பையோ
ஒருசில அறைகளில்
ஒரு இறப்பையோ
தீர்மானிக்கிறது காலம்

அனுபவத்திற்கும்
பிரார்த்தனைக்குமான
இடைவெளியில்
அடைத்தும் திறந்தும்
ஆடி கொண்டிருக்கிறது
அறையின் கதவு

மறுபக்கம்

சில நேரங்களில்
சிலவற்றிற்கு பின்
இருக்கத்தான் செய்கிறது
ஒரு மறுபக்கம்

ஒரு பொதுநலத்திற்கு பின் சுயநலம்
ஒரு நட்பிற்கு பின் காதல்
ஒரு புன்னகைக்கு பின் கண்ணீர்
ஒரு வெற்றிக்கு பின் துரோகம்
ஒரு படைப்புக்கு பின் தாக்கம்
ஒரு முகமூடிக்கு பின் உண்மை முகம்

விதவையின் விசும்பல்

கிளியின் பச்சை
வானத்தின் நீலம்
மஞ்சள் வெயில்
இரவின் கருப்பு
யாவும் தெரிகிறது
இப்பொழுதான்
வண்ணமாய்

மின்சாரம் தொலைத்த இரவொன்றில்

மின்சாரம் தொலைத்த
இரவொன்றில்
தலைகீழாக்கப்பட்ட
குவளையின் மேல்பகுதியில்
ஏற்றப்படுகிறது ஓர் மெழுகுவர்த்தி

சன்னல் வழி வந்து
அணைக்க முற்பட்டு
முயற்சித்து தோற்றுபோகும்
இளங்காற்றுடன் சேர்ந்தே
நடனம் ஆடுகிறது
மெழுகுவர்த்தியின் தீபம்

நடனம் ஆடும் தீபத்துயுடன்
கைகோர்த்து கொள்கிறது
வெளிச்சத்தின்
எல்லையை கட்டுப்படுத்தும்
பொருட்களின் நிழல்கள்

முற்றிலும் கரைந்து
அணைந்து போகும்
சில நொடி தருணத்தில்
எரியும் தீபம்
இடம் பெயர்க்கப்படுகிறது
மற்றொரு மெழுகுவர்த்திக்கு

புதிதாக ஏற்றப்பட்ட மெழுகுவர்த்தி
மீண்டும் மையம் கொள்கிறது
தலைகீழாக்கப்பட்ட
குவளையின் மேல்பகுதியில்

சன்னல் ஓர காற்றை
எதிர்பார்த்து எரிந்து
கொண்டிருந்த மெழுகுவர்த்தி
மின்சாரம் கிடைத்த
சில நொடிகளில்
ஒரு வாய் காற்றால்
அணைக்கப்பட்டு
பாதுகாக்கப்படுகிறது
மற்றொரு மின்சாரம்
தொலைக்கும் இரவுக்காக

தேர் திருவிழா

தேர் திருவிழா
இது எங்கள்
ஊர் திருவிழா

நகரும் கோவில்
இது எங்கள்
ஊர் தேர்

தடி மேல்
தடி போட்டு
அடி மேல்
அடி வைத்து
நகர்கிறது தேர்

சாதிப்
பாகுபாடின்றி
ஆயிரம் கைகள்
தாங்குகிறது வடம்

வேறு என்ன
வேண்டும்
வதம் செய்யும்
சாமிக்கே வரம்

விலைவாசி

விலைவாசி
என்பவள்
கருவுற்றுள்ளாள்
வறுமை என்னும்
குழந்தையை
சுமந்தபடி

விலைவாசி
என்பவள்
கருவுற்றுள்ளாள்
வறுமை என்னும்
குழந்தையை
சுமந்தபடி

கணக்கெடுப்பு

பாரதியார் தெருவில்
இனிதே நடந்து முடிந்தது
சாதிவாரி கணக்கெடுப்பு

கை சோதிடம்

ரேகை
வலையில் சிக்கும்
கைவிரல்கள்

கை சோதிடம்

ரேகை
வலையில் சிக்கும்
கைவிரல்கள்

ஏக்கம்

தனக்கு
எப்போது நல்ல காலம் என்று
கிளி சோதிடனை
ஏக்கத்துடன் பார்த்தது
கூண்டில் இருந்த கிளி

சாதிகள் இல்லையடி பாப்பா

நிராகரிக்கப்படுகிறது
பள்ளி மாணவனின்
சேர்க்கை விண்ணப்பம்
சாதி சான்றிதழ்
இல்லாத காரணத்தால்

மறுநாள்
சாதி சான்றிதழ்
சமர்பித்த பின்
கிடைக்கிறது
சேர்க்கை அனுமதி

மாணவன்
வகுப்பறையில்
அமர்ந்த பின் பாடத்தை
தொடர்ந்தார் ஆசிரியர்

முதல் பாடம்
"சாதிகள் இல்லையடி பாப்பா"

ஊழல் நரகாசுரர்கள்

எல்லா இடமும்
ஏதேதோ சத்தத்தில்
வெடித்து கொண்டிருக்கிறது
லஞ்சப் பட்டாசு

வேலை நாளெல்லாம்
தீபாவளிதான்
ஊழல் நரகாசுரர்களுக்கு

முயற்சி

விதைகள்
முடியுமா என்றால்
செடிகள் இல்லை

மரங்கள்
முடியுமா என்றால்
பழங்கள் இல்லை

பறவைகள்
முடியுமா என்றால்
பறப்பது இல்லை

தேனீக்கள்
முடியுமா என்றால்
தேன்கூடு இல்லை

நீ
முடியுமா என்றால்
நீயே இல்லை

முடியாது மட்டுமே
முடியாமல் போகட்டும்

மனிதாய்! மனிதாய்!
இனிதாய்! இனிதாய்!
முயற்சியிடு
வளர்ச்சியிடு

பணம்

மதிப்பிடுகிறது!

பல நேரங்களில்
சொத்துக்களை
ஆபரணங்களை
பொருளாதாரத்தை

சில நேரங்களில்
மனிதர்களையும்

திருமண வாழ்த்து

மலர்கள் சூழ
மேடையில் அலங்காரம்
மணமக்கள் வாழ
வாழ்த்துகள் ஆயிரம்

ஒருவருக்காக
ஒருவர் வாழ
கையொப்பமிடுகிறது
திருமணம்

ஒரே காரணத்திற்க்காக
இருவர் வாழ்வதாலே
வீசிக்கொண்டிருக்கிறது
புதுமணம்

இனிய வாழ்க்கை
துவங்கட்டும்
தேன் தமிழை போல

புதிய தலைமுறைகள்
தொடரட்டும்
வாழையடி வாழையாக

இருவரி சேர்ந்து
ஒரு பொருள் ஈட்டும்
திருக்குறள் போல

இருமனம் சேர்ந்து
ஒரு பொருள்பட
நல் வாழ்வு வாழ

சொந்தங்கள் சேர
பந்தங்கள் கூட
நண்பர்கள் சூழ

நிறைந்த வாழ்த்துக்களுடன்
நிகழட்டும் இத்திருமணம்
நீங்காத நினைவாய்

வாழட்டும் மணமக்கள்
உறவுக்குள் உயிராய்

உணர்வு பூக்கள்

மனிதம்

சாலை விபத்தொன்றில்
கேட்பாரற்று
இடிபாடுகளுக்கிடையில்
சிக்கிய உடலில்
இதயம் மட்டும்
துடித்து கொண்டிருந்தது

எதார்த்தமாய்
கடந்து சென்ற
ஒவ்வொரு இதயமும்
இறந்து போயிருந்தது

அப்பா கனவு

தவறிய அப்பா
தவறாமல் வந்துவிடுவார்
தூக்கம் கலைக்கும்
நடுநிசி இரவுகளில்

தூக்கம் கலைக்கும்
முந்தைய நிமிட
கனவுகளில் அவர்

இதுவரை என்னுடன்
எடுத்திராத
ஒரு புகைப்படத்தை
எடுத்துக்கொள்வார்

இதுவரை என்னை
அழைத்துச் செல்லாத
ஒரு உணவகத்திற்கு
அழைத்துச்செல்வார்

இதுவரை எனக்கு
தராத
ஒரு பொருளை
பரிசளிப்பார்

இறுதிவரை
மறுமுறை எப்போது
கனவில் வருவார்
என்று சொல்லாமலே
விடைபெறுவார்

அப்பாவின் வாசம்

சுவர் ஆணியில்
தொங்கவிடப்பட்ட
சட்டையிலும்

மெத்தை மேல்
உறங்கி கொண்டு
இருக்கும் தலையணையின்
மேல் உறையிலும்

கடைசியாக எழுதப்பட்ட
உறவினரின் முகவரி
அடங்கிய பதிவேட்டிலும்

இருக்கையின்
கை பகுதியிலும்
சாய் நாற்காலியின்
தலை பகுதியிலும்

அப்பாவின் சுவாசம்
மறைந்த பின்பும்
அவரின் வாசம்
எஞ்சி இருந்தது

வாடகை வீடு

பிறந்தது ஒரு வீடு
நடைபழகியது ஒரு வீடு
பள்ளி போக தொடங்கியது ஒரு வீடு
முதற்பல் விழுந்தது ஒரு வீடு
வண்டி ஓட்டியது ஒரு வீடு
கல்லூரி போக அதன் அருகில் ஒரு வீடு
வேலைக்காக மாறியது ஒரு வீடு

இதில் ஏதேனும்
ஒரு வாழ்ந்த வீட்டை
கடக்கும்போது
பால்ய நினைவுகளில்
குடியேறிவிடுகிறது
என் மனம்

விடுமுறை நாளில் கல்லூரி

இசை இல்லாமலே
இனிதாய் பாடும் பறவைகள்

தென்றல் வந்து துரத்த
இலக்கின்றி எதையோ தேடி
உதிர்ந்த இலைகள்

ஆசிரியர் மேசையில் அமர்ந்தபடி
நெல்லிகாயை
எப்படி சாப்பிடுவது என்று
பாடம் எடுத்துக் கொண்டிருக்கிறது
அவ்வப்போது கல்லடிக்கு
தப்பும் அணில்கள்

ஆளில்லா வகுப்பறைகளை
ஆக்கிரமித்துக் கொண்டிருக்கிறது
ஓர் அடர்ந்த அமைதி

விடுமுறை என்றாலும்
மூன்று நொடிகளுக்கு
ஒரு துளி என்ற
விதிமுறை மாறாமல்
கசிந்து கொண்டிருக்கிறது
ஓர் குடிநீர் குழாயின் கைபாகம்

மண் மீது தேங்கிய மழை நீரால்
தாகம் தீர்த்துக் கொண்டிருக்கிறது
ஓர் காகம்

எப்போதும் செடிகளுக்கு
இடையே பயணிக்கும்
நத்தை ஒன்று
சுதந்திரமாய்
கடந்து கொண்டிருக்கிறது
ஓர் நடைபாதையை

செய்தித்தாளை
வரி வரியாக படித்தாலும்
வேறு வழியின்றி
மூன்றாவது முறையாக
புரட்டிகொண்டிருக்கிறார்
நுழைவாயில் காவலாளி

பிரியத்தின் இடைவெளி

கடல் கடந்துவந்த
வேலையால் தொடங்குகிறது
நம் பிரியத்தின் இடைவெளி

உங்களது பகல் என் இரவு
எனது பகல் உங்கள் இரவென
நீள்கிறது
நம் பிரியத்தின் இடைவெளி

பிள்ளைகளின் பிறந்தநாள்
குடும்ப நிகழ்ச்சிகள்
விழா கொண்டாட்டங்கள்
என இத்தனையும் தவிர்த்தபடி
நீள்கிறது
நம் பிரியத்தின் இடைவெளி

அடுத்த விடுமுறைக்கான
சந்திப்பின் ஏக்கத்தில்
நீள்கிறது
நம் பிரியத்தின் இடைவெளி

இரை

தூண்டில்
கயிற்றின் முனையில்
கட்டப்படுகிறது
மீனுக்கான இரை

இரையை கடிக்க
இன்னும்
இணங்கா
இயல்பாய்
இடம் நகர்கின்றன சில மீன்கள்

இரையாவதை
இன்னும் அறியவாறு
இரையை கடிக்கும்
இதர மீன்கள்

வெளிநாட்டு வேலை

குடும்பம்!

நிலவாய் காண
தொலைவாய் நான்

வெளிநாட்டு வேலை

குடும்பம்!

நிலவாய் காண
தொலைவாய் நான்

வீட்டுக்குள் மழை

தொடங்கிவிட்டது மழை
வீட்டிற்கு வெளியிலும்
வீட்டிற்கு உள்ளும்

ஒருபோதும்
மழையை வரவேற்க
மறப்பதில்லை
வீட்டின் மேற்கூரை
இடைவெளிகள்

உண்டியலில்
சில்லறை போடுவது போல்
மழை துளிகளை
போடுகிறது வான் மேகம்

வீட்டின்
மேற்கூரை துளைக்கேற்ப
பாத்திரங்கள் வைத்து
சேமிக்கப்படுகிறது
மழை துளிகள்

வீட்டின்
பொருளாதார நிலை போல்
இல்லாமல்
எல்லா பாத்திரங்களிலும்
நிறைவாகவே இருந்தது
மழை துளிகள்

மெய்யான பொய்கள்

விடியாத இரவு
கலையாத கனவு

வெள்ளைக் காகம்
கறுப்பு நிலவு

அசையும் ஆகாயம்
அசையா காற்று

குளிரும் நெருப்பு
ஒளிரும் கறுப்பு

எத்தனை
மெய்யான பொய்கள்
கவிதையில்
மட்டும்

உண்மை சொன்னால்
உவமை ஆகுமோ
என்ற அச்சத்தில்

என்ன செய்யும் இசை

என்ன செய்யும் இசை

காற்றோடு மட்டுமல்ல
மனதோடும் கலந்துவிடும்

கல்நெஞ்சையும் கரைத்துவிடும்
மயிலிறகு கொண்டு வருடிவிடும்

தனிமையை தாலாட்டும்
உணர்வுகளுக்கு உயிரூட்டும்

ஆன்மிகத்தை அரவணைக்கும்
அனுமதியின்றி ஆட்கொள்ளும்

கவலை மறக்க செய்யும்
இறக்கை முளைக்க செய்யும்

செல்வத்துள் செல்வம்
செவிச்செல்வம்
என்பதனை வேறொரு
கோணத்தில்
உறுதி செய்யும்

இன்பம்! பேரின்பம்!

அறிவு இன்பம்
அன்பு பேரின்பம்

ஈட்டல் இன்பம்
ஈதல் பேரின்பம்

கற்பனை இன்பம்
கவிதை பேரின்பம்

வாழ்தல் இன்பம்
வாழவைத்தல் பேரின்பம்

விதைத்தல் இன்பம்
விளைச்சல் பேரின்பம்

தாய்மொழி இன்பம்
தமிழ் பேரின்பம்

பால்யம்

விழுதுகள் பிடித்து
ஊஞ்சலாடிய
மரங்கள்

துள்ளி குதித்து
நீராடிய
குளங்கள்

நீர் பாய்த்து
விளையாடிய
வயல்வெளிகள்

இத்தனையிலும்
தொலைந்து போயிருந்தது
பால்ய அடையாளங்கள்

ஏனோ
பள்ளி மட்டும்
தன் பால்ய
அடையாளங்களை
தொலைக்க
மறந்து போயிருந்தது

காகிதப் பூ

உயிர்
இல்லை
என்பதாலேயோ
நீண்ட நாள்
வாழ்கிறது

வெறுமை

வெறுமை
நிரம்பி போயிருந்தது
யாருமற்ற
சாலைப் பயணம்

அவ்வெறுமையை
ஒத்திருந்தது
இலை உதிர்த்த
மரத்தின் கிளைகள்

ஓர் இரவு

கடந்து கொண்டிருக்கிறது
என்னை ஓர் இரவு
என் அனுமதியை
முற்றிலும் தவிர்த்தபடி

இவ்விரவை கட்டுவதற்கான
கயிறும் என்னிடமில்லை

இவ்விரவை கட்டுப்படுத்தும்
சூட்சமும் எனக்கு விளங்கவில்லை

நான் விழித்திருப்பதால்
நிற்க போவதில்லை
இந்த இரவு

நான் விழி சாய்ப்பதால்
கலைய போவதில்லை
இந்த இரவு

விடியும் வரை
வீழ்வதாக இல்லை
இந்த இரவு

விடிந்த பின்பும்
நீளும் இதன் கனவு

கடந்து கொண்டிருக்கிறது
என்னை ஓர் இரவு
என் அனுமதியை
முற்றிலும் தவிர்த்தபடி

மௌனம்

மரம்
உதிர்த்த
இலை போல்
நிறைந்து
கிடந்திருந்தது

உன் இதழ்
உதிர்த்த
மௌனம்

பொறுமை

நகராத பொருட்களின்
நிழல்களை
பொறுமையுடன்
நகர்த்தி கொண்டிருக்கிறது
வெட்ட வெளியில்
சுட்ட வெயில்

இன்று

நேற்றை
நான் திரும்ப
பெறப்போவதில்லை.

நாளை
என்பது எனக்கு
உத்தரவாதமில்லை

ஆதலால்
இன்றை நான்
விடுவதாயில்லை

திரை பூக்கள்

"தெய்வத்திருமகள்" என்ற படத்தை அடிப்படையாகக்
கொண்டு சில கற்பனைத் துளிகள்

தெய்வத்திருமகள்

நான் வாழும் உலகிற்குள்
மழையாய் நீ

நீ வாழும் உலகிற்குள்
மழலையாய் நான்

வளர்ச்சியற்று போனாலும்
மகிழ்ச்சியுற்று போவேன்
உன்னால்

கள்ளம் இல்லை
கபடம் இல்லை
என் பாச முல்லை
என் செல்ல பிள்ளை
உன்னைத் தவிர
எனக்கு யாருமில்லை

என்னை விட்டு
நீ பிரிந்தால்
உடலைவிட்டு
உயிர் பிரியும்

உன்னை விட்டு
நான் பிரிந்தால்
உயிரை விட்டு
உடல் பிரியும்

நிலவோடு பேசுகையில்
உன்னை கொஞ்சிய ஞாபகம்
உன்னோடு பேசுகையில்
நிலவுக்கு கொஞ்சம் கோபம்

தேய் பிறையிலும் தேயாத
என் பால் நிலவே
தேடினாலும் கிடைக்காதே
உன் போல் உறவே

என் தேவதையும்
நீயே! நீயே!
என் தேவையும்
நீயே! நீயே!

தெய்வம் தந்த
திரு மகளே
எனைத்தேடி வந்த
தேவதை மகளே

"மியூசிக் அண்ட் லிரிக்ஸ்" என்ற ஆங்கில படத்தை
அடிப்படையாகக் கொண்டு சில கற்பனைத் துளிகள்

இசையும் வரியும்

நாயகி (பாடல் ஆசிரியர்):

இசையோடு
வரி சேர்ந்தால்
பாடல்

உன்னோடு
நான் சேர்ந்தால்
காதல்

உன் இசைக்கு
தெரியுமா
என் வரி சொல்லும்
வலிகள்

உன் மனசுக்கு
புரியுமா
என் விழி சொல்லும்
செய்திகள்

இசையின்
ஏழு சுரங்களை
நீ அறிந்தாய்

என் இரு கண்களை
மட்டும் ஏன்
நீ மறந்தாய் ?

இசையும் வரியும்

நாயகன் (இசையமைப்பாளர்) :

உன் முதல் வரி
தந்த முகவரி
என் பாடல்

உன் இரு விழி
தந்த முதல் வலி
உன் காதல்

என் முகவரியை
மறந்தாலும்
உன் முதல் வரியை
மறக்குமா
என் மனது

என் உதடுகள் தடுத்தாலும்
என் உள்ளம்
சொல்ல நினைக்கும்
பெயரும் உனது

துடிக்க மறந்தாலும்
படிக்க மறுக்குமா
என் இதயம்
உன் முதல் வரியை

மரணம் வந்தாலும்
இசைக்க மறுக்குமா
என் இசை
உன் இறுதி வரியை

விண்ணோடு நான் பறந்தாலும்
மண்ணோடு நான் மறைந்தாலும்
உன்னோடு தான் வாழும் என் இசை
நம் காதலை போல

"*சில்ட்ரென் ஆப் ஹெவன்*" என்ற படத்தை அடிப்படையாகக்
கொண்டு சில கற்பனைத் துளிகள்

சொர்க்கத்தின் குழந்தைகள்

இரு காலணிக்காக
காலம் தவறாமல்
காத்து கிடக்கும்
இரு காரணிகள்
அலியும் சாராவும்

காலணி சலவை நீரை
மூல பொருளாக கொண்டு
வெளிப்படும் நீர்க்குமிழியின்
எடையை விட கனம்
குறைந்து விடுகிறது
என் இதயம்

சாரா தவறவிட்ட
ஒற்றை காலணியை
அடித்து செல்லும்
ஓடை நீரின் வேகத்தை விட
அதிக வேகமாய் செல்கிறது
நரம்பின் இரத்த ஓட்டம்

ஓட்டத்தில் முதலாய் வந்து
வெற்றி கோப்பையுடன்
தோற்று நிற்பது அலியும்
என் மனதும்

வாழ்ந்து முடித்த
எனது குழந்தை
பருவம் என்னும்
புத்தகத்தின்
தவறவிட்ட ஒரு பக்கமாக
நினைத்து மீண்டும்
சேர்த்து கொள்கிறேன்
இந்த காலணி கதையை

"தி நோட்புக்" என்ற படத்தை மையமாக கொண்டு சில
கற்பனைத் துளிகள்

காதல் புத்தகம்

காதல் சுவடுகளை
சுமந்தவாறு புரட்டப்படுகிறது
இந்த காதல் புத்தகம்

வாசித்துப்பார்
நேசித்துப்பார்
இந்த காதல் புத்தகத்தை

கோடையில் பூத்த
புது காதல்
கோடையிலும் குளிரும்
கொடைக்கானல்

ஒவ்வொரு நாளும்
விடுமுறைதான்
காதல் சொல்லும்
தலைமுறைதான்

எதேர்ச்சையாக
உன் அறிமுகம்
தொடர்ச்சியாக
உன் ஆசைமுகம்

இடைவெளியிலும்
இடைவிடாமல் உன் ஞாபகம்
இதழ் பேசாத நாளும்
இதயம் பேசும் 365 காதல் கடிதம்

வாசித்துப்பார்
நேசித்துப்பார்
இந்த காதல் புத்தகத்தை

வாசிப்பது நீ என்றால்
நான் சுவாசிப்பது உண்மையாகும்

நேசிப்பது நீ என்றால்
என் சுவாசிப்பு உனதாகும்

வாசித்துப்பார்
நேசித்துப்பார்
இந்த காதல் புத்தகத்தை

சுய நினைவால்
இழந்தாலும் என்னை
சுய நலமாய்
சேருவேன் உன்னை

உனக்குள் நான்
எனக்குள் நீ என்பதால்
நம் காதலை பிரிக்கும்
முயற்சியில் முற்றிலும்
தோற்றப்படி காலம்

"டைட்டானிக்" என்ற படத்தை அடிப்படையாகக் கொண்டு
சில கற்பனைத் துளிகள்

டைட்டானிக் காதல்

கதாநாயகி:

கண்ணீரில் நான் கரைந்தாலும்

தண்ணீரில் நீ உறைந்தாலும்

முடிவதில்லை

நம் காதல் கதை

விடிந்த பின்பே

நான் தூங்கும்

தூக்கத்தின் கனவுகளை

நனைக்க மறுப்பதில்லை

உன் நினைவு அலைகள்

கடலோடு நீ மறைந்தாலும்

என் கனவில் வர மறுப்பதில்லை

உன் முகம்

கடல் ஆழத்தில் நீ இறந்தாலும்

காதல் ஆழத்தால் நீ வாழ்கிறாய் என்கிறது

என் இதயம்

உடைந்த கப்பலின் நினைவுகளை

உடையாமல் காத்து கொள்கிறது

என் மூளை

உயிர் கொண்ட உடலுக்குத் தான்

எப்படியும் உண்டு மரணம்

உணர்வு கொண்ட காதலுக்கில்லை

அப்படியொரு தருணம்

"மதர் அண்ட் சன்" என்ற படத்தை அடிப்படையாகக்
கொண்டு சில கற்பனைத் துளிகள்

கருவறையும் கல்லறையும்

நான் பிறக்க
நீ சுமந்தாய்
உன் கருவறையில்

நீ இறக்க
நான் சுமக்கிறேன்
உன் கல்லறையில்

உன் கைபிடித்து
நடை பழகிய வழியெங்கும்
உன்னை என் கைசுமந்து கடக்கிறேன்
நானும் ஒரு நடை பிணமாய்

இரவும் பகலும்
உன் அருகில் நான்
இறந்த பின்னும்
என் அருகில் நீ

திரும்பும் வழியில்
நீ இருக்க போவதில்லை
திரும்பி செல்ல
இன்னும் தைரியமில்லை

உன் உடலோடு
எரியட்டும்
என் மனம்

உன் நினைவோடு
தொடரட்டும்
என் பயணம்

காதல் பூக்கள்

கவிதை

ஒன்றுக்குள் ஒன்று
மடிந்தால்
மட்டுமில்லை
கவிதை

உனக்குள் நான்
மடிந்தாலும்
கவிதை

பூக்களின் ராணி

எட்டும் தூரத்தில்
என்னவள்
எட்டா தூரத்தில்
எண்ணங்கள்

நம்மை சுற்றி
அனைவரும் இருந்தபோதிலும்
கண்கள் உன்னை மட்டும்
காணுகிறது

நீ இல்லாமல்
போனால் மட்டும்
மனம் தனிமையை
உணர்கிறது

நீ காதல்
ரீங்காரமிடும் தேனீ
பூக்களுக்கும்
நீயே ராணி

நீயே சொல் பெண்ணே

நீ இல்லாத நான்
விடை இல்லா கேள்வி

நீ இல்லாமல் போனால்
அதுவே என் தோல்வி

நீ என்ற
ஒற்றை சுழியில்
மாட்டி கொண்டோம்
நானும் என் கேள்விக்குறியும்

விடை பெறுவது
என் கேள்வியோ
இல்லை நானோ
உன்னிடமிருந்து

நீ சொல் பெண்ணே

காத்திருக்கிறோம்
நானும் என்
கை கடிகார
நொடி முள்ளும்

கவி தேன்

உன் பார்வையில்
உறைந்தேன்
உயிர்த்தேன்
காதலித்தேன்

உன் புன்னகையை
ரசித்தேன்
யாசித்தேன்
நேசித்தேன்

உன் அழகில்
திகைத்தேன்
தொலைந்தேன்
வீழ்ந்தேன்

உன் பிரிவில்
தவித்தேன்
துடித்தேன்
மடிந்தேன்

உன் நினைவில்
விழித்தேன்
மகிழ்ந்தேன்
பயணித்தேன்

உன் காதலில்
நனைந்தேன்
விழுந்தேன்
வாழ்ந்தேன்

அவள்

ஒற்றைப் பார்வையில்
நிலவுக்கும் வெளிச்சம்
அவள் கண்கள்

ஒற்றை நிற
வானவில்
அவள் புருவம்

ஒற்றைச் சடையில்
கூடி போகவே
உயிர் துறக்கும் பூக்கள்
அவள் கூந்தல்

ஒற்றை புன்னகையில்
வார்த்தை இல்லா கவிதை
அவள் இதழ்கள்

காதல் ஓவியம்

உன் சிறு கிறுக்கலும்
என் பெரும் ஓவியமடி

உன் சிறு புன்னகையால்
என் வானம் சிவக்குதடி

வண்ணங்கள் நீ தீட்ட
வானவில்லும் எட்டிப் பார்க்குதடி

ஓவியங்கள் நீ வரைய
முதல் ரசிகன் நானடி

கடலை நீ வரைந்தால்
என் நெஞ்சம் அலைபாயுதடி

காற்றை நீ வரைந்தாலும்
அது என் கவிதையடி

காதல் தீபாவளி

காதல்
வான வேடிக்கை
காட்டுகிறாய்

வெடித்து சிதறும்
வண்ணங்கள் யாவும்
உன் முகம்

அவள் ஒரு கீதம்

பல்லவியாய்
அவள்
நினைவு

அனுபல்லவியாய்
அவள்
முகம்.

சரணமாய்
அவள்
குரல்

பெண்ணிலா

நிலவைக் காண
வெளியே வந்தாக
சொல்லுகிறாய் நீ

உன்னைக் காண
பகலெல்லாம் காத்திருந்ததாக
சொல்லுகிறது நிலவு

பின்தொடர்தல்

மனம்
வாலாட்டிக் கொண்டே
பின்தொடர்கிறது
உன்னை

நீ
நாய்க்குட்டியை
கொஞ்சும்
அழகில்

வானவில்

அவள்
புன்னகையின்
ஒரு வாரத் தொகுப்பு
"வானவில்"

வானவில்

அவள்
புன்னகையின்
ஒரு வாரத் தொகுப்பு
"வானவில்"

காதல் பிம்பம்

எதிர் எதிர் திசையில்
மாட்டப்பட்ட கண்ணாடிகள்
பிரதிபலிக்கின்றன
இதனுள் அது
அதனுள் இது

இதனுள் அது
அதனுள் இது
என நீள்கிறது
இதன் பிம்பம்

எதிர் எதிர் திசையில்
பயணிக்கும்போது
நம் மனம்
பிரதிபலிக்கின்றன
உனக்குள் நான்
எனக்குள் நீ

உனக்குள் நான்
எனக்குள் நீ
என நீள்கிறது
காதல் பிம்பம்

பூங்கா நண்பர்கள்

உனக்கான

காத்திருப்பில்

நண்பர்களாய்

நான்

கல் இருக்கை

பூங்கா மரங்கள்

ஒற்றை மைனா

உன்னிடம் நான்

உன்னிடம் நான் பேசுவதற்கு
நிறைய செய்திகள் இருந்தன
வார்த்தைகள் தொலைத்தபடி

உன்னிடம் நான் பழகுவதற்கு
நிறைய நாட்கள் இருந்தன
நேரங்கள் தவிர்த்தபடி

உன்னிடம் நான் பயணிப்பதற்கு
நிறைய தூரம் இருந்தன
பாதைகள் அடைத்தபடி

உன்னிடம் நான் நேசம்கொள்ள
நிறைய காரணங்கள் இருந்தன
என்னை மறைத்தபடி

நீ.. நான்.. மழை..

எதிர்பார்ப்பின்
எதுகைகளாக
பயணிக்கிறோம்
மழை தேடும் நீயும்
உன்னை தேடும் நானும்

உன்னை சேர்ந்தால்
மோட்சம் பெறுவேன்
நான்

நீ மழையை சேர்ந்தால்
மோட்சம் பெறும்
மழை

முக்கோண காத்திருப்பில்
மூன்று புள்ளிகளாய்
மையம் கொள்கிறோம்
நீ... நான்.... மழை....

பேருந்து காதலி

யாவரும் காத்திருந்தனர் பேருந்துக்காக
நான் மட்டும் உனக்காக

யார் யாரோ திட்டினார்கள்
நேரத்திற்கு வராத பேருந்தை
நான் மட்டும் நன்றி சொன்னேன்
உன்னை காணும் நேரம் நீண்டதால்

உனக்கு தெரிந்திருக்க
வாய்ப்பு இல்லை
உன்னுடன் பேருந்தில்
நானும் பயணிப்பதும்
நீ வராத நாட்களில்
நீ இருக்கும் இருக்கையில்
நான் இருப்பதும்

பேருந்து சன்னல்
ஓர இருக்கை பயணத்திலும்
காற்றுடன் வந்துவிடுகிறது
உன் நினைவுகள்

அவன் நினைவில் ஒரு மழை

முத்தமிடும்
முத்தமிடும்
மழை துளி

சத்தமிடும்
சத்தமிடும்
வான் வெளி

மழை அறிகுறி சொல்லிவிடும்
மண்ணில் மண் வாசனை

மனம் அலை பாய்ந்துவிடும்
நெஞ்சில் அவன் யோசனை

காதலை சொல்ல வரும் மழை
இனி ஏதும் கவலை இல்லை

என்னை வதைத்து கரைகிறேன்
அவனை நினைத்து நனைகிறேன்

உவமை சொல்ல யோசிக்கிறேன்
உண்மையை சொன்னால் காதலிக்கிறேன்

காதல் பட்டம்

நீ ஒரு பட்டம்
நான் ஒரு பட்டம்
வா ! வானில் இடுவோம்
காதல் வட்டம்

நீ ஒரு வட்டம்
நான் ஒரு கட்டம்
வா! வரைந்து பார்ப்போம்
காதல் வரைபடம்

சிறகின்றி பறப்போம்
சிகரத்தை தொடுவோம்

நீ ஒரு ஆட்டம்
நான் ஒரு பாட்டும்
வா ! வானில் போடுவோம்
காதல் கொண்டாட்டம்

காற்றோடு
அசைந்து அடுவேன்
உன்னோடு
இசைந்து பாடுவேன்

நீ ஒரு ஓட்டம்
நான் ஒரு ஓட்டம்
வா ! வானில் போடுவோம்
காதல் ஆட்டம்

பறவை போல்
பறந்திடுவோம்
கவலை எல்லாம்
மறந்திடுவோம்

நீ ஒரு பட்டம்
நான் ஒரு பட்டம்
வா ! வானில் இடுவோம்
காதல் வட்டம்

ஊஞ்சல்

பின்னிருந்து தள்ளும்
அவள் நினைவுகளால்
இன்னும்
அடிக்கொண்டிருக்கிறது மனம்
ஒரு ஊஞ்சலாய்

காலம் கடந்தவை

பின்பு ஒரு நாளில்
உன்னிடம்
கொடுத்து விடலாம் என்று
முன்பு ஒரு நாளில்
உனக்காக வாங்கப்பட்ட
பரிசு ஒன்றை
காலம் கடந்து
காத்து வருகிறது
என் பெட்டகத்தின்
உள் அறை

பின்பு ஒரு நாளில்
உன்னிடம்
சொல்லி விடலாம் என்று
முன்பு ஒரு நாளில்
தோன்றிய காதலை
காலம் கடந்து
காத்து வருகிறது
என் இதயம்

என்னவள்

குறும்புகள் செய்து
நகைப்பாள்

செல்ல பெயர் வைத்து
அழைப்பாள்

பொய் கோபம்
கொள்வாள்

மெய் காதல்
சொல்வாள்

கவிதைக்கு விதை
இடுவாள்

கவிதைக்கு கதை
தருவாள்

சில நேரம் கவிதையாகவே
அவதரிப்பாள்

நீ

நீ என்பது
எழுத்தா சொல்லா
என்று என்னிடம்
கேட்கிறாய்

நானோ
நீ என்பது
நட்பா காதலா
என்ற குழப்பத்தில்

கொலுசு

உன்னை
காணும்போது
நாணத்தில் நான்

நீ என்ன
என் காதலன்
நகலா?

நான் உன்னை காதலிக்கிறேன்

நீ
சொல்லுவாய்
என்று நானும்

நான்
சொல்லுவேன்
என்று நீயும்

காத்திருந்து

இறுதிவரை
இருவரும்
சொல்ல முடியாமல்
போன அந்த மூன்று
வார்த்தைகள்

"நான் உன்னை காதலிக்கிறேன்"

இடைவெளி

உனக்கும் எனக்குமான
இடைவெளியில்
பயணிக்கிறது
ஓர் மௌனம்

மௌனம் வளர்க்கும்
அமைதியின்
ஊடலில் நீ

மௌனம் உடைக்கும்
வார்த்தையின்
தேடலில் நான்

இப்போது
ஊடலுக்கும்
தேடலுக்குமான
இடைவெளியில்
பயணிக்கிறது
நம் காதல்

ஒருதலைக் காதல்

ஒவ்வொரு
காதலர் தினமும்
எனக்கு
நினைவுபடுத்துவது
உன் திருமண
தினத்தை தான்

காதலர்தினம்

உன்னை பார்க்கும்
எல்லா தினமும்
எனக்கு
காதலர்தினம் தான்

நீ.. நான்.. காதல்..

உன் உதயம்
இதமானது
என் இதயம்
இடம் மாறுகிறது

உன் விழிகள்
அழகானது
என் வழிகள்
தடம் மாறுகிறது

உன் குரல்
இனிதானது
என் செவிகள்
இனி உனக்கானது

உன் நினைவுகள்
எனக்கானது
என் கனவுகள்
இனி உனக்கானது

காதல் சதுரங்கம்

காதல் சதுரங்கத்தில்
எல்லா காய்களையும்
நீயே நகர்த்துகிறாய்

ஒவ்வொரு முறையும்
உன்னிடம் தோற்பதில்
வெற்றி பெறுகிறேன்
நான்

மருதாணி

என்னவன்
பறித்து கொடுத்த
இலைகளைக் கொண்டு
மருதாணி
அரைத்து விட்டேன்
உள்ளங்கையில்
வைத்துவிட்டேன்

சிவந்து போயிருந்தது
மருதாணியில்
உள்ளங்கையும்
வெட்கத்தில்
என் முகமும்

தோட்டத்தின் பூக்கள்

உன்

கூந்தலில்

இடம் கிடைக்குமென்றால்

இப்போதே

உயிர் துறக்க தயார்

இப்படிக்கு

என் தோட்டத்தின் பூக்கள்

தனிமையிலே

மரங்களும்
தனிமையிலே
பறவைகள் இல்லாததால்

எழுத்துக்களும்
தனிமையிலே
வார்த்தை இல்லாததால்

இரட்டை எண்ணும்
தனிமையிலே
ஒன்று இல்லாததால்

நானும் இங்கு
தனிமையிலே
நீ இல்லாததால்

நீ அற்ற அறையில்

காணுமிடம் யாவும்
உன் கானல் பிம்பம்
பிரதிபலித்துக்
கொண்டிருந்தது
நீ அற்ற அறையில்

நீ என்றோ
பேசி வார்த்தைகள்
இன்னும்
எதிரொலித்துக்
கொண்டிருந்தது
நீ அற்ற அறையில்

நீண்ட தேடல்கள்
நிசப்தங்கள்
நினைவுகள்
நிறைந்து போயிருந்தது
நீ அற்ற அறையில்

நகப்பூச்சு

நீ
ஒவ்வொரு முறையும்
வெவ்வேறு வண்ணங்களிலும்
உன் விரல்களுக்கு
நகப்பூச்சை
தீட்டுகிறாய்

நீ
ஒவ்வொரு முறையும்
வெவ்வேறு சந்திப்பில்
உன் பார்வையால்
உயிர்மூச்சை
தீண்டுகிறாய்

உன் விரல்
அசைவுக்கேற்ப
நடனமாடுகிறது
உன் விரல் நகங்களும்
என் நிழல் மனமும்

கவி பூக்கள்

வாலி

தலைமுறைகளை
தாண்டி வந்ததாக
சொல்லியது
உனது தலை நரை

இருப்பினும் உன்
பாடல் வரிகளுக்காக
ஏங்கியது
இளைய தலைமுறை

வயது ஆக ஆக
சிந்தனையில்
வாலிபம் ஆன
அதிசயம் நீ

எதிரில் வந்திருந்தால்
கற்பனையை
பாதி எடுத்து விடுவாயோ
என்ற அச்சம் கவிஞனுக்கு

முழுமையாக
எடுத்து விடுவாயோ
என்ற அச்சம் நிலவுக்கு

திரை பாடல் தான்
உனது கோட்டை
இங்கு உன்னை
மறைந்து அடிக்கவும்
யாரும் இல்லை

வைரமுத்து

வைரமுத்து!

பிரித்தால் கற்கள்
வைரம்! முத்து!
தங்கமும் பதிக்க
விரும்புவது

வைரம்! முத்து!
சேர்த்தால் பெயர்
பாடலும் உச்சரிக்க
விரும்புவது

கவிதைக்கு அழகு
பொய் மட்டுமல்ல
நீயும் தான்

திரை பாடலில்
நீ வந்த பொழுது
திரை பாடலுக்கு
ஒரு பொன்
மாலை பொழுது

தாமரை

தமிழ் திரைப்பாடல்
எப்போதும் சூடி கொள்ள
விரும்பும் ஒரு மலர்

தமிழ் திரைப்பாடலுக்கு
தவமின்றி கிடைத்த ஒரு வரம்

தாமரை இலை
தண்ணீர் போல
சேர்வது இல்லை
இவர் பாடலின்
பிறமொழி வார்த்தைகள்

பாடலிலே கவித்துவம்
தமிழுக்கே முக்கியத்துவம்

இவர் பாடல்
கவிதை கேட்க
நிலவும் வரும்
விண்ணைத் தாண்டி

தாமரை
ஒரு கவிதை மலர்

நா. முத்துகுமார்

இனிய
வார்த்தைகள் சேர்ந்தால்
வாக்கியம்

இவரிடம்
வார்த்தைகள் சேர்ந்தால்
கவிதை

இடை வாக்கியங்கள்
மாறினால் தேடல்
உருவாகும்

இவர் வாக்கியங்கள்
கூறினால் பாடல்
கருவாகும்

ஏழு வண்ணங்கள்
சேர்ந்தால்
வானவில்லாகும்

இவர் எண்ணங்கள் சொன்னால்
வானவில்லும் வாசித்துபோகும்